காதோர முத்தங்கள்

கவிஞன் மொழி

ஏலே பதிப்பகம்

1

காதோர முத்தங்கள்
ஆசிரியர் ©கவிஞன் மொழி

முதற்பதிப்பு 2021
பக்கங்கள் 127

புத்தகத்தின் முழு உரிமையும்
ஆசிரியருக்கே சொந்தமாகும்
©KavignanMozhi
ISBN : 978-81-953454-1-0

புத்தகம் வெளியீடு
ஏலே பதிப்பகம்
மின்னஞ்சல் முகவரி
Aelaypublish@gmail.com
phone – 9944992571

Published by
AelayPublish
www.aelaypublish.com

காதோர முத்தங்கள்

"ஒவ்வொரு முத்தமும் வேண்டி கொள்கிறது அவளோடு
சேர்ந்து கொள்ள"
முத்தங்கள் எல்லாம் காதலின் கவிதைகள்.கவிதையும்
முத்தமும் இல்லாக் காதல் இருக்கிறதா என்ன? ஆதிரா
எனக்குள் உனக்குள் இங்குள்ள எல்லாரின் பிரதிபலிப்பு!

"வாழ்வின் எதாவது ஒரு நிலையில் நாம் நிச்சயமாக
அழத்தான் போகிறோம்!
அது உன் மடியிலும் என் மார்பிலும் இருந்தால் என்ன !"
"மணலுக்குள் மறைந்துவிட ஏங்கும் மழைத்துளியின் தாகம்
தான் என் காதல்" ஆகச் சிறந்த இவை இரண்டும் எனக்கு
பிடித்தமானவை!
ஆதிரா அவள் அவளாகவே வாழ்ந்து இருக்கிறாள் இதில்.
கவிதைகள் ஒவ்வொன்றிலும் அவளின் கருத்து சுதந்திரம்
எண்ணங்கள் தாண்டி அவளுக்கு எது மகிழ்ச்சியோ
அதையே அவள் செய்கிறாள்!

"அவன் ஆதிரா அமுதா"

நான் இதை ஒரு கணவன் மனைவிக்குள் அவளின் பிரசவ
காலங்களில் நடக்கும் நிகழ்வுகளாகவே பார்க்கிறேன்.
அவன் இரு குழந்தைகளையும் (அவளையும் சேர்த்து)
ரசிக்கும் காதல் கொள்ளும் காட்சிகளை என்னால்
உருவகப்படுத்த முடிகிறது.அத்தனையும் பேரழகு!
எல்லாமும் முடிந்து கடந்தாயிற்று என்ற நினைப்பு
எல்லாம் அழித்து அவளை/அவனை நினைவுறுத்தும்!

"அவள் அவளாக அவன் அவளுக்காக இக்காதோரா
முத்தமாய்"

சாரா

கவிஞரே,

எதைப் பாராட்டுவது எதை விடுவது என்ற தெரியாத குழப்ப நிலைக்கு தள்ளிவிட்டீர்கள்.

"சதை பசியாறும் போது ஆன்மா உண்டு கடவுளாவோம்"

இந்த படைப்புடைய மொத்த உணர்வும் ஒரு வரியில் சொல்லுகிற மாதிரி இருந்துச்சு.

காதல் புனிதப்படுத்தபடுது. காமம் கொச்சையாகவே பிரதிபலிக்கப்படுது. காமத்தின் தொடக்கப் புள்ளி காதல்தான். காதலுடைய அழகியலுக்குச் சமமானது காமத்தின் அழகியல். அதை வரிக்கு வரி உணர்த்தி இருக்கிங்க.

தலைவியின் நகம் மற்றும் வியர்வையில் கூட மையல் கொண்டு தன்னையே தொலைக்கும் தலைவன். இதை விடக் காதலையும் காமத்தையும் ஆழமாக வருணித்திட முடியுமா என்ன?

ஆதிராவை உங்க கவிதை படித்துப் பல தடவை சிலிர்த்துப் போய் இருக்கிறேன். ஆனால், அமுதா இன்னும் அதிகமா மனசில் இடம் பிடிச்சிட்டா.

பெண்களை வர்ணித்துப் பாடும் கவிதைகளில் அவளுடைய எழில் மட்டுமே தெரியும். அவளுடைய கோபம், காதல், ஊடல், காமம் இப்படி சதை தாண்டிய மனசைச் சொன்னதற்கு நன்றி.

இந்த படைப்பு வெற்றி பெற என்னுடைய மனமார்ந்த வாழ்த்துக்கள் கவிஞரே.

மோகனா

கவிஞன் மொழி

பிழையின்றி பிளைத்துக் கொண்டோம் உம்
கவிதையை ருசிக்க; தடம் காண ஆவல்
அவ்வார்த்தை பெருகிய முறை; வஞ்சமில்லா
நெஞ்சிற்கு வண்ணம் தீட்டிய வார்த்தைகள்
விடியல் பொழுதில் மொட்டுகள் மலர்வது போன்று
இந்நூலை வெளியிடும் பொழுதில் பாராட்டுக்கள்
மலர எம் வாழ்த்துக்கள்
மலர்ந்த வார்த்தைகளை கொண்டு மேலும்
ஒரு புதிய நூலை கோர்க்க
அதை காண காத்திருக்கும் வாசகர்கள்

மீனா

அனைவருக்கும் நன்றிகள்

அன்புடன்
கவிஞன் மொழி

கவிதைகள் மிகவும் எளிமையானது
அதற்கு நிறைய பொய்கள் தேவை இல்லை
அதற்கு அதீத கற்பனை தேவையில்லை
அவளிடம் இருந்து கவிதை பெறுவது மிக சுலபமானது

அவள் சேட்டைகள் , குறும்புத்தனங்கள் ,
அவள் செய்கைகள் என ஏதொன்றில் இருந்தும்
ஒரு கவிதை பிறக்கலாம்

அவள் பெயர் உட்பட

எங்களை பொறுத்த வரை
எனக்கு கவிதை என்பது
அவள் என் கன்னத்தில் கொடுத்த
ஒரு முத்தம்

அவளுக்கு கவிஞன் என்பது
அவள் உதட்டில் ஒட்டி கரையும்
ஒரு முத்தத்தின் காயாத ஈர நினைவு

எங்களை பொறுத்த வரை முத்தம் என்பது
உயிரோடிருப்பதை உணர்த்த
நாங்கள் எங்களுக்குள் எழுதி மகிழும்

ஒரு கவிதை

உன் அணைப்புக்குள்
உன் அன்புக்குள்
ஒரு குழந்தையாக ஏங்கிய
மனதின் காதல் வெளிப்பாடே

உன் நெற்றி முத்தத்தின் மீது படரும்
என் முத்தங்கள்
என் மென் காமம்

சில பெண்களோட கண்ணுல
நீ என்ன பெரிய மயிரானு
ஒரு கேள்வி கேட்டு
சட்டைய பிடிச்சி பக்கத்துல இழுத்து
திமிரா பார்த்து
இப்போ சொல்லுனும் கேட்குற
ஒரு தொணி பார்வை இருக்கும்

அந்த அழகுக்கு முன்னாடி
ஆம்பளங்குற திமிர் நிஜமாவே
மயிர் தான்

ஏன் இவ்வளவு நாள்
காதலை சொல்லாமலே இருந்தாய்
என்ற உன் கேள்விக்கு
என்னிடம் இருப்பது

அந்த காதலை தவிர
உன்னிடம் கொடுப்பதற்கு
என்னிடம் எதுவுமில்லை
என்ற காரணம் மட்டும் தான்

இப்போதும்

என் காதுகளுக்குள்
ஒலித்து கொண்டிருக்கும்
உன் குரல் உனக்கு கூட கேட்காதது

அது உன் ஆழ் மனதில் இருந்து
எனக்காய் எழும்பிக் கொண்டிருக்கும்
நம் காதல் அலையின்
நிசப்தம் அது

நாம் புரிந்து கொள்ள முயற்சிக்கும் காதல்
அந்த பேரண்டத்தை உருவாக்கிக்கொண்டிருக்கிறது
என்பதை நாம் உணரும் பொழுது நாம் கடவுள்

நீ ஒரு நிர்வாணத்தை காமம்
என்று சொல்கிறாய்

ஆமாம்
நான் உன் கால் விரலின் நிர்வாணத்தை
என் பெருங்காமமாய் நேசித்து உருகுகிறேன்
ஒரு முத்தமிட்டு

யான் காதல் தேவன்
நிச்சயமாக சொல்கிறேன்
நீ என் காதலை புரிந்து கொள்ளவே முடியாது

என் காதல் எப்போதோ
என்னை தேவனாக்கிவிட்டது
பைத்தியக்காரனாகவும்
இரு மொழிகளும் சாதாரண மனிதர்களுக்கு
புரியப்போவதில்லை

நானும் தேவன் பட்டம் விட்டு
கீழே மனிதனாக இறங்கியும்
வரப்போவதில்லை

இல்லாமல் போன உன்னை
இருப்பதாய் நினைத்து
நான் எழுதிக் கொண்டிருப்பதாய்
இருக்கலாம் காதல் என்பது

நாம் எதாவது செய்வோம்
இந்த பூமிக்கு இருவரும் ஒருமனதாக
ஒரு இனிய முத்தத்தின் ஓசையையாவது
காற்றில் கலக்க விடுவோம்

உன் விரலில் இருந்து
தொடங்கப்படட்டும்
என் விருப்பங்கள் அல்லது
உன் விருப்பங்கள்

என் பகலும் இரவும்
உன்னிடம் நெருங்கி இருக்கும்
நிமிடங்களில் இருந்தே தோன்றுகிறது
என் வானம்

என் தலை போர்த்தி கிடக்கும்
உன் சேலையில் இருந்தே தோன்றுகிறது
என் வானத்தின் வானவில்

நாங்கள்
ஒரு உலகம் செய்து
கொண்டிருந்தோம்
என்னையும் அவளையும்
மட்டும் வைத்து

அங்கே காற்றானது
எங்கள் மூச்சு
நிலம் என்பது
எங்கள் தேகம்

பனியும் மழையும்
எங்கள் வியர்வைத்துளி
வசந்தகாலமானது
எங்கள் மோகம்
கோடையானது
ஊடல் கோபம்

எங்கள் உலகத்தை
எங்களிடம் இருந்து
உருவாக்கி கொண்டிருந்தோம்

கண்ணாடி
முன் எங்கள்
நிர்வாணத்தை
நாங்களே
ரசித்து கொண்டிருந்தோம்

எங்கள் உலகம்
பிறந்தது
எங்கள் இரத்தமும் சதையும்
உயிருமாய்

என் சட்டைகளில்
ஒட்டிக் கொள்ளும்
உன் ஒவ்வொரு முடியில் இருந்தும்
எடுத்து எழுதி கொண்டிருக்கிறேன்
நான் ஒரு உயிருள்ள கவிதையை

நீ
உணர்ந்த வலி
பெருங்காதல்

நான் உணர்ந்த
கண்ணீர்த் துளி
பெருங்காமம்

நாம் இருளை காதல் கொண்டு
வெளிச்சம் செய்தவர்கள்
அட்ப மனித கடவுள்கள்

உன் மார்பில் சாய்ந்து
கதை பேசி உறங்க வைத்து விடுகிறாய்
நானும் உறங்கிவிடுகிறேன்
உறக்கம் கலைக்கும் பொழுது தான்
காதலி என்று நியாபகப்படுத்துகிறாய்
நியாபகம் வருகிறது

அது வரை நான் தாய்மடியென்றே உணர்ந்து
கொண்டிருக்கிறேன் உன்னை

♥

ஒரு பெண் சில விஷயங்களில்
ஒரு ஆண் அவனாகவே அவளை
புரிந்து கொள்ள வேண்டும் என்று
எதிர்ப் பார்க்கிறாள்

ஒரு ஆண் இன்னும்
அவளை புரிஞ்சிக்க முடியலனும்
எரிச்சலடைவான்

அந்த புரிதல்களின்
இடைவெளிகளில் தான் புதைந்து கிடக்கிறது
ஆண் பெண்ணின் படைப்பின் ரகசியம்

ஒரு பெண்ணின் மன ரகசியம்
என்பது அவளின் வெளிப்படையான
ஒரு வெள்ளை காகிதம்

அந்த காகிதத்தில் ரகசியம் இல்லை
என்றுணர்ந்து அவளை நீங்கள்
படிக்க ஆரம்பிக்கையில்
அவள் காட்சிப்பெறுவாள்
ஒரு கவிதை சுடராய்

நீ
கூந்தல்
விரித்தாய்
இரவு பூ பூத்தது
நெற்றியில்
ஒரு முத்தமிட்டாய்
அது உயிர் தொட்டது

உன் சேலையில் என்னை போர்த்தினாய்
கருப்பையின் வெப்பம் அப்படியே
இருந்தது

கனிந்த உன் மார்பில்
கசியும்
ஒரு துளி தாய்ப்பாலில்
பேரடண்த்தின்
காமத்தை
ஒரு துளி காதலுக்குள்
அடக்கி அணைத்து

மெல்ல துளிர்விட்டாய்
என் இதயத்தில்
இருந்து

நீ

சதை பசியாறும் போது
ஆன்மா உண்டு கடவுளாவோம்

என் சதைகளோடு
என் எலும்பையும் கடித்து போடு
உன் முத்தமும் பற்கடியும்
என் எலும்பு வரை பதியட்டும்

நாம் புதிய காதலின் எல்லையை
உலகுக்கு அறிமுகப்படுத்துவோம்

உன் உதட்டின் ரேகைகளை
என் உள் நாவினுள் பதி
அது இலக்கியமே காணாத
புது கவிதை

நழுவும் பனித் துளி போல்
நழுவுகிறாய்
என் நெஞ்சின் மயிர்களில் இருந்து
உன் கூந்தலோடு
நான் உருக ஆரம்பிக்கிறேன்

கவிஞன் மொழி

சில சமயம் இருக்கலாம்
ஆனால் என் சட்டை இழுத்து பிடித்து
முத்தம் கொடுப்பதை
நீ வாடிக்கையாகவே வைத்திருக்கிறாய்

எனக்கும் சந்தோஷம் என்றாலும்
நீ முத்ததிலேயே முடிக்க முற்படுவதில்
எனக்கு சற்றும் உடன்பாடு இல்லை

நீ மீண்டும் தொடங்க நினைக்கிறாய்
நான் மீண்டும் உன்னால்
தொடங்கப்பட காத்திருக்கிறேன்

உன் வியர்வை பட்டு
பூத்து நிற்கும்
மரக்கட்டிலுக்கு
என்ன பெயர் வைக்க ?

உன் சேலையின் வாசத்தில்
அப்படியே இருக்கிறது
என் குழந்தை பருவம்

உன் சேலையின் வாசத்தில்
அப்படியே இருக்கிறது
என் குழந்தை பருவம்

அடிக்கடி போடுகிறாய்
எனக்கு பிடிக்கும் என்று
சொன்ன நாள் முதல்
அந்த பச்சை நிற புடவையை

ஆனால் நான் நித்தம் ரசிப்பது
பச்சை புடவையில் பூத்து நிற்கும்
உன்னைத் தான்

ஆடை கழைந்த நிலையை
நீ அம்மணம் என்கிறாய்
நான் ஆதி மனிதனின் குழந்தை
காதல் மனம் என்கிறேன்

இறுக்கி பிடித்துக் கொண்டே
தூங்கி விடுகிறாய் நீ
உன் இறுக்கத்தில் இருந்து தான்
கண் முழித்து எழுகிறது
என் ஆன்மா

தேனீக்கள் தான் பூவின் இதழில்
தேன் எடுக்கும்
மண் அந்த பூவை வேரோடு விழுங்கி தாங்கும்
நான் உன்னை விழுங்கும் மண்

பெருங்காமமதில்
காலடி நகம் வரை கடித்து விழுங்குவோம்
காதல் தொட்டு எழும் நதி கரையில்
ஆர அமர்ந்து கதை பேசுவோம்

அப்புறம்

புரியாத கதைகளென்று
இங்கே எதுவும் இல்லை
நாம் புரிய முயன்றது
அவ்வளவு தான்

நாம் முயல்வது
முயன்றது என்பது
நிலாவை கடித்து தின்ற
ஒரு கடவுளின் கதை

நீ நிலா
நான் கடவுள்

யாராவது
நம் காதலை பார்த்து
பொறாமை படும் வரை
காதலிப்போம்

அப்புறம்
நாம் வெட்கப்படும் வரை
காதலிப்போம்

சிரிக்கின்ற
பொழுது மட்டும்
குழந்தையல்ல நீ

வெட்கமே இல்லாமல்
தண்ணீரோடு தண்ணீராய்
விளையாடி கொண்டிருப்பாய்

உன் உச்சந்தலையில்
முதல் கப் தண்ணீருக்கு அடுத்து
இரண்டாம் கப் தண்ணீர் ஊற்ற
உன்னை ஐந்து முறை கெஞ்ச வேண்டும்

காற்றில் சிலிர்க்கும் பூக்களைப்போல்
சோப்பு நுரையில் கண் சிமிட்டுவாய்
நெருங்கி வந்து
சேர்த்து நனைத்துவிட்டு
குளிப்போம் என
கண்களில் அழைப்பாய்

கால் நகம் கொண்டு கிள்ளி
காதல் புரிவாய்

தலை துவட்டிய பிறகும்
ஈர உடலோடு
உடை மாற்ற
சோம்பேறி தனம்பட்டு
நீயே மாற்றிவிடு என
படுக்கையின் மேல்
மல்லாக்க சாய்ந்துவிடுவாய்

குளிக்கின்ற பொழுதும் கூட
வரமாய் வந்த
என் குழந்தை தான் நீ

நீ

என் மார்பில் சாய்ந்து
கிடக்கிறாய்

என் முதுகில் சாய்ந்து
கிடக்கிறது
மேகம்

கனவில் சாமி
சண்டைக்கு வருகிறார்
நீயும் நானும் கண்டதை காட்டி
நிலாவை கெடுத்து குட்டி சுவராய்
மாற்றிவிட்டோமாம்

நாம் சேர்ந்திருக்கையில்
நம்மை எட்டி பார்த்த நிலாவை தவறு சொல்ல
அந்த சாமியிடத்திலும் நேர்மை இல்லை

இறுதியாய்
உன்னிடம் இருந்து
மீண்டுமொரு முத்தம்
கேட்கத்தான் ஆசை

அதை எங்கே வாங்க என்று தான்
யோசிக்கிறேன்
எல்லா இடமும் எனக்கென்று
கேட்டு குதிக்கிறதே !

ஒவ்வொரு இரவின்
உன் இறுதி முத்தமும்
திருப்தி அடைந்து
வானத்தில் நட்சத்திரம் ஆகிறது

ஆனாலும் இந்த பாவி மனம்
மீண்டுமொரு முத்தம் என்று
உன்னிடம் தான் வருகிறது
திருப்தியே அடையாமல்

நீயே எதாவது அசிங்கமாய்
திட்டி விட்டுப் போ
என்னையும் என் காதலையும் !

இந்த உலகமே
நிம்மதியாகிறது
உன் அணைப்புக்கு பின்
என்னுள்

உன் மார்பில் அணைத்துக் கொண்டு
விடுடா பார்த்துக்கலாம் என்று
நீ துணை நிற்கும் ஆறுதலில்
என் அம்மாவின் வாசம் நீ

உன் முத்தத்தில்
ஒரு வண்ணம் பதித்து செல்கிறாய்
அது எட்டாவது வானவில் போல்
நீ பக்கம் வரும் போதெல்லாம்
பூக்க ஆரம்பித்துவிடுகிறது
இன்னொன்று கேட்டு

உன் உதிரத்தில் இருந்து
நாம் சேர்ந்து வரைவோம்
ஒரு காதல் ஓவியத்தை

கடவுளின் படைப்பின் ரகசியத்தை
நாம் பரிசீலனை செய்து
மாற்றி அமைப்போம்

உன் வெட்கத்தில்
சிவந்து கொண்டே போகிறது
என் கன்னம்
காதல்
கவிதை

ஆதிரா நீ
உடை மாற்றும் கனங்கள் அழகானவை

அந்த சேலையை
எட்டு முறை மடிப்பாய்
ஒன்பதாவது முறை
மடித்து கட்டிவிடுவது நான்

அந்த ஜாக்கேட்டை
அவசர அவசரமாக போடுவாய்
அதன் கடைசி ஊக்கு போட்டுவிட
நான்

உடைமாற்றிவிட்டு
கிளம்புகையில்
மடியமர்ந்து
ஒரு முத்தம் கொடுப்பாய்

நீ விடு திரும்பும் வரை
செமத்து பிள்ளையாய்
வீட்டில் இருப்பதற்கு நான்

ஆனால்
ஆதிரா
நீ இல்லாத கணங்கள் அனைத்துமே
வெறுப்பானவை

நம் பினைப்பில் இருந்து
காதல் ஒரு புதிய வரலாறு
எழுதிக்கொள்ளட்டும்

நாம் பதிலீடாக காதலிடம் இருந்து
இன்னும் கொஞ்சம்
இறுக்கத்தை வாங்கி கொள்வோம்

நான் உடுத்திக் களைந்த
சட்டையை போட நீ
ஆசைப்படுகிறாய்

நீ உடுத்தும் அதே ஆடையை
துவைக்காமல் மீண்டும் போட
நான் ஆசைப்படுகிறேன்

கிட்ட தட்ட காதல் நம்மை
ஒரு அழுக்கு பண்டாரமாய் தான்
ஆக்கி வைத்திருக்கிறது

ஆனால் அந்த அழுக்கும்
அழகாய் தான் இருக்கிறது
உன் வாசமதில்

தலையில் தட்டி
ச்சீ சும்மா இரு என்று
உன் மடியிலேயே சாய்த்து விடுகிறாய்

என் காமம் உன் காலடியில்
அடங்கி போய் உன் விரல் பிடித்து கொண்டிருக்கிறது

நீ கடவுளை போல்
ஒரு புதிய காமத்தையே உருவாக்கி
அழகு செய்து

வெட்கம் நிரப்பி
என்னை பார்த்து
மெல்ல சிரிக்கிறாய்

நான் கேட்டது
ஒரு முத்தம்
அதிலும் பாதி தந்து
மீதி நாளை என்று சொல்லும்
உன் திமிரான திருட்டுப் பார்வைக்கு
பெயர் தான் அடங்காத அழகு

எங்கள் காதலொன்றும்
பரிசுத்தம் அல்ல
அது பூமியில் பிறந்த
முதல் காதல் ஜோடியின்
ஒரு குழந்தைத்தனம்
ஒரு மிருகத்தனம்

தலை முடியை விரல் கொண்டு
கோதி விட்டு மெளனமாய் சிரிக்கிறாய்
மெல்ல அப்படியே
அணைத்துக் கொண்டு
உறங்க முயல்கிறாய்

உடலுறவின் நம் கடைசி கனம்
தளர்வுகளின் ஊடாக
நம்மை இன்னொரு மனிதர்களாக
பிறக்க வைக்கிறது

அங்கே இருப்பது
எனக்காய் நீயும்
உனக்காய் நானும் மட்டும் தான்
இந்த பிரபஞ்சத்தில்

இரண்டு மார்புக்கும் நடுவுல
இரண்டு விரலால நீ தடவி விடுர மாதிரி
ஒரு உணர்வுல தான்
என் ஒவ்வொரு கவிதையும்
என்கிட்ட இருந்து உனக்காக பிறக்கும்
ஆதிரா

நீ அதை கவிதையா பார்க்குற
நான் அதை உன்னோட
ஒரு வியர்வை மாதிரி தான்
உணர்ந்துட்டு இருக்கேன்
ஆதிரா

இரண்டு பேரும் கொஞ்சம்
தூரமா விலகி போன அப்புறம் தான்
ஒரு புரிதல் வருது
ஒரு ஆழமான அன்பு வருது
தாங்கவே முடியாத
ஒரு வலியும் கூடவே வருது

என் கண்ணீரில் இருந்து நான்
ஒரு கடல் செய்தேன்
உன் நினைவுகளை அதில்
மீன்களாக்கினேன்

இப்போது நான் கடற்கரையில்
அமர்ந்து பார்த்து கொண்டிருக்கிறேன்
என் காதலை

என் உலகத்தில்
இப்போது
நீ மட்டும் தான் இல்லை

எப்படியாயினும் மீண்டும்
உன்னை சந்திக்க நேரிடுகிறது

சந்திப்புக்கு பிறகு
ஒரு குழந்தையாக
ஒரு மிருகமாக
ஒரு கடவுளாக மாறி
அழுது கதறி
உன்னை சபித்து
உன்னிடம் மன்னிப்பு கேட்டு புலம்பி தவித்து ,
மரணிக்க முயன்று
அதிலும் தோற்று பின்
மெல்ல மெல்ல தெளிந்து
ஒரு கவிதை எழுதி தான்
நானாக வேண்டியிருக்கிறது

உன் பிரிவுக்கு அப்புறம்
எல்லாமே மாறிவிட்டது
இந்த நிகழ்வுகள் மட்டும் அப்படியே சுழல்கிறது
உன்னையும் என்னையும் சுற்றி

நேசிப்பதிலும்
இவ்வளவு அழகு உண்டு என்பதை
ஒரு முத்தத்தில் உணர்த்துகிறாய் நீ
அது கன்னம் தாண்டி
இதயம் வரை பதிகிறது

என் கண்ணீர் துளிகளை
உன் விரல்களால் கொஞ்சம் தொட்டுப் பார்
அதன் ஈரம் உன் உயிரையே
உனக்கு உணர்த்தும்
என் காதலையும்

நம் காதல்
நம் உணர்வுகள்
இந்த மனிதர்களுக்கு முற்றிலும் புதியது
அவர்கள் புரிந்து கொள்ள போவதேயில்லை

வா முத்தமிட்டு
இன்னொரு பூமி செய்வோம்

உன் பாதங்களில்
ஒரு முத்தங்களாய் தேய்கிறது
எனது வாழ்வு
காதல்
கவிதை

கவிஞன் மொழி

வாழ்வின்
எதாவதொரு நிலையில்
நாம் நிச்சயமாக அழத்தான் போகிறோம்

அது உன் மடியிலும்
உன் மார்பிலும் இருந்தால் என்ன !

நீ
என்னருகில் உறங்கி கொண்டிருக்கும்
அழகை மனதில் வைத்து
நான் உறங்கி கொண்டிருக்கிறேன்

சதை தான் காமம்
ஆம் உன் சதை காமம் தான்
உன் சதைக்குள்
என்னை உணரும்
காதல்

எம் பெருங்காமம்

ச் ... சீ போடா என்று
சொல்லி வெட்கப்பட்டு
நீ நகரும் அழகுதான்

என்னை மீண்டும் மீண்டும்
எதையாவது செய்ய வைத்து
கொண்டே இருக்கிறது

என்னை பற்றி ஒரு கவிதை எழுதேன் !
என்று இன்னும் எத்தனை முறை
நீ கேட்டாலும்
உன்னை ரசிப்பதில் இருந்து
ரசித்து முடித்து
ஒரு கவிதை எழுதுவது ஆகாத ஒன்று

ஏனெனில்
நீ அவ்வளவு அழகு
நான் அவ்வளவு பெரிய ரசிகன்

என் கவிதைகள் என்பது
உன் கழுத்தோரத்தில் மறைத்தும்
மறைக்க முடியாமலும்
ஒளிரும் உன் மச்சம் போன்றது
நானும்

என்ன நீ எவ்வளவு காதலிக்கிற ?

தெரியலடி உன் கைய புடிச்சி
என் கன்னத்துல வச்சி அப்படியே
உன்ன கட்டிப்பிடிச்சி
கொஞ்சம் நிம்மதியா
தூங்கனும் போல இருக்கு

இந்த அழகு கலரு
சதை
செக்ஸ் எல்லாமே
ஒரு மயிரு மாதிரி தெரியும்

அப்படி ஒரு காதல் நிச்சயம்
நம்ம வாழ்க்கையில
ஒருத்தங்க மேல ஏற்படும்
அவங்க கூட வாழ்ற வாழ்க்கை தான்
நிஜமாவே சொர்க்கம்

இன்னொரு கவிதை
உன் இரண்டாவது முத்தம்

இன்னொரு கவிதை
உன் இரண்டாவது முத்தம்

செக்ஸ் தாண்டியும்
மனிதனுடைய உணர்வுகள்
காதல் ஆழமானது
அழகானது
அதை யாருமே புரிஞ்சிக்கிறதே இல்ல
ஆதிரா நம்மளோட காதல்
அந்த கடவுள் படைச்சதை விட
பெருசாகிட்டே இருக்கு
கிட்ட தட்ட
நம்ம தான் இப்போ கடவுள்

ஆதிரா

பார்க்கிறாய்
என் கவிதை அழகாகி
கொண்டே இருக்கிறது
ஒரு முத்தமிடுகிறாய்
அனைத்தும் பூக்களாகி மணக்கிறது

அப்பா என்று
எப்போது அழைப்பாள் என
நான் ஏங்கும்
என் பிறக்காத மகளின்
பூரண காதல்

நீ

ஆதிரா
உன்னை கண்ணை மூடி நினைத்தாலும்
கனவிலும் அழகாய் இருக்கிறாய்
நீ

ஒரு காட்பரி டெய்ரி
மில்கை விட மெல்லியது
மென்று சுவைத்து சாப்பிடக்கூடியது

உன் இடை

நீ எப்போதும்
எனக்கு ஒரு அழகிய உணர்வு

என் கவிதை அழகாய் இருக்கிறதா எ
ன்பது எனக்கு தெரியாது
ஆனால் என் கவிதையில்
துளியும் உன் அழகில்லை
அத்தனையும்

நம் காதலின் உணர்வுகளால்
மட்டுமே நிறைந்தது

அந்த கடவுளின் ஸ்பரிசம்
நம் காதல்

என் காதல் என்பது
உன் உடல் முழுவதும் பரவி நிற்கும்
ஒரு வெட்பம்
அது உன்னோடவே வாழக்கூடியது

தன்னை மறந்து
தூங்கி கொண்டிருக்கும்
அவளை எப்படி எழுப்புவது நான்

ஒரு குழந்தை மாதிரி
அவ்ளோ அழகா தூங்கிட்டு இருக்கா
எப்படிங்க எழுப்ப மனசு வரும்

ஏன்டா அப்படி பார்க்குற
படத்துல காட்டுர மாதிரிலாம்
பெர்பெக்ட்டா பொண்ணுங்க உடம்பு இருக்காது

என்ன அவ்ளோதான் புரிஞ்சிக்கிட்டியா
உன்ன இப்படி பார்க்கும் போது
ஒரு குழந்தை மாதிரி
அவ்ளோ அழகா இருக்க
அப்படியே உன்ன நெஞ்சில
சாய்ச்சிகிடனும் போல இருக்கு

எனக்கு நீ 50 கிலோ குழந்தைடி

வந்திறங்கி
நிற்கும் இரவை பேசவிடு
பேசிவிட்டு போகட்டும்

இமைகளில் கீழிறங்கி
ஆசைப்படி ஒரு முத்தமிட்டு
செல்லட்டும்
விடு

விடிந்தாலென்ன
என்றைக்கும்
நீ தானே எனக்கு

நிலவு

தீண்டுதல்
சுகம்
தீண்டுதல்
வலி
தீண்டும்
ஒவ்வொரு கனமும்
உன் விரல்
ஒரு பிறப்பு

மழையும் நீயும்
குளிரும் உன் கூந்தலும்
காற்று புகாத
நம் நெருக்கத்தில் இருந்து
துளிர் விடுகிறது
நம் முதல் கவிதை

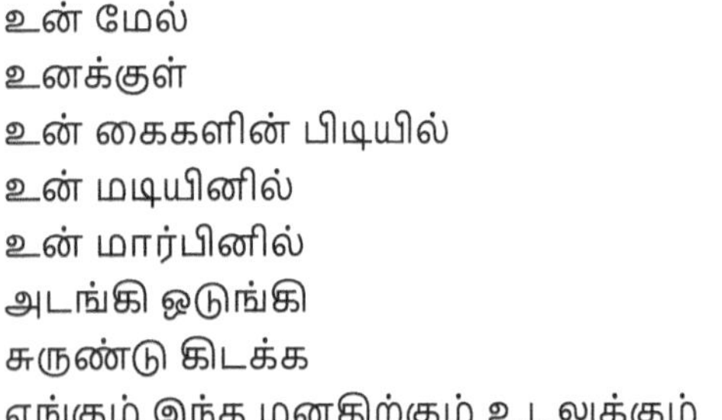

உன் மேல்
உனக்குள்
உன் கைகளின் பிடியில்
உன் மடியினில்
உன் மார்பினில்
அடங்கி ஒடுங்கி
சுருண்டு கிடக்க
ஏங்கும் இந்த மனதிற்கும் உடலுக்கும்
நீ என்ன வேண்டுமானலும் பெயர் வைக்கலாம்

ஆனால்
மணலுக்குள் மறைந்துவிட ஏங்கும்
மழைத்துளியின் தாகம் தான்
என் காதல்

ஆசையாய் வாங்கிய
அந்த அரக்கு கலர் சட்டையை
நான் போட்டு ரசித்ததை விட
நீ போட்டு ரசித்ததே அதிகம்

எனக்காக நீ எழுதிய
கிறுக்கல்கள் அனைத்துமே
கவிதைகள் தான்

ஐந்து நிமிடத்திற்கு மேல் நீளும்
ஒரு பெண் ரசிகையுடனான
என் தொலைபேசி உரையாடலின்
மீதெழும் உன் கோபங்கள்
அத்தனையும் அழகானவை

இன்னும் இன்னும்
எவ்வளவு ரசித்தாலும்
என் காதலுக்குள்
முழுமையடையாமல்
நிரம்பிக் கொண்டே
போகும் உன்னை

எப்படி
ஒரு கவிதையில்
அடக்க !

எழுத !

கதையொன்றை
எழுத ஆரம்பித்துவிட்டாய் நீ
நீயும் நடிகையில்லை
நானும் நடிகனில்லை
நடுஞ்சாமத்தில் அழுது
தொந்தரவு செய்யும்
அந்த பூனை வில்லனும் இல்லை

விடிவதற்கு முன்பே
நெஞ்சுநோக
நெஞ்சுமயிர் பிடித்து
மீண்டும் சண்டைக்கு இழுக்கும் நீ
என் அன்பான பொண்டாட்டியும் இல்லை நீ

நிலா உன்னுடையது
நட்சத்திரங்கள் உன்னுடையது
விழும் மழைதுளியெல்லாம்
உனக்காகவே விழுகிறது

நீ உன் வீட்டில் வளர்க்கும்
கருவேப்பிலை செடியின்
பக்கத்தில் முளைத்திருக்கும்
வேம்பின் வாசங்கள் மட்டுமே
என்னுடையது

மேகங்களாகிறது
உன் மார்பு
உன் மடி சாயும் பொழுது
மின்னல்கள் ஆகிறது
உன் கண்கள்
நான் பார்க்கும் பொழுது

உடம்பெல்லாம்
மின்சாரம் பாய்கிறது
உன் விரல்கள் தலை கோதும்
ஒவ்வொரு முறையும்

அழகில் திளைத்துக்கொண்டே
போகிறாய் நீ !

ஆதிரா
உன்னை விட
அழகாய் இருக்கிறாள்
என் செல்லக்குட்டி அமுதா

கன்னத்தில் ததும்பும்
சிவப்பு அழகு
அப்படியே உன் சாயல்
உரிமையாய்
என் பெயர் சொல்லி
திட்டுவதில்
அமுதா இல்லை
அவள் ஆதிரா தான்

உன்னைவிட அழகாய்
இருக்கிறாள்
அடம்பிடிப்பதிலும்
அவள்

ஆச்சரியமில்லை
என் பெருங்காதல்
அல்லவா அவளும்

எனக்கு பிடிக்கும்
என்று நீ அடிக்கடி
உடுக்கும் அதே பச்சை நிற
புடவையை கைக்காட்டி
சமீபகாலமாக
அதே பட்டுப்புடவை
வேண்டும் என்று
அடம்பிடித்து கொண்டிருக்கிறாள்
அமுதா

எழுதுதல் என்பது வரம்
எழுதுதலும் சுகம்
அம்மாவின் மடியில் உறங்குவதுபோல்
அப்படி ஒரு நிம்மதி எழுதுதலிலும்

உன் உதட்டு முத்தம்
கட்டெறும்பு நகம்
இடையின் ரகசியம்
கன்னத்து சிவப்பு

தடவி செல்லும் உன் குரல்

கிட்ட தட்ட
அதுவும் அப்படியே
எழுதுதல்போல்
ஒரு ஆன்ம சுகம்

மழைவிழுந்து கொண்டிருக்கிறது
எனக்கு நனைய விருப்பமில்லை
நனைந்தபடி இருக்கிறாய் நீ

ஒவ்வொரு துளியும்
உன்னிலும் நனைகிறது
உள்ளங்கையினில்
மழைத்துளிகளை
பிடிக்க முயற்சிக்கிறாய்

கண்ணீராய் விழுகிறது
உன்னில் தவறி தரைவிழும்
ஒவ்வொரு மழைத்துளியும்

சிரித்தப்படி மழையில்
நனைந்து கொண்டே
குதிக்கிறாய் நீ

சிரித்தப்படி
உன்னில் நனைந்து
கொண்டே விழுகிறது
மழையும்

என் கதைகளில்
நீ சிறகு வைத்த தேவதை
நகம் கடிக்கும் சிலுக்கு
பொழியும் மழை
அடர்ந்த கோபம்
சீண்டும் பூனைக்குட்டியின்
மெதுவான திமிர் நடை

கிறுக்கி
கொலைக்காரி
கண்ணிரண்டை உருட்டிக் கொண்டே
திரு திருவென
முழித்து மிரட்டும்
என் செல்ல மகள்
அமுதாவும்
நீ

உன் மடியில்
ஒரு பூனைக்குட்டி வந்து
கொஞ்சி விளையாடிக்கொண்டிருப்பது
அழகாகத்தான் இருக்கிறது

ஆனாலும்
அது எக்கனம் எழும்
நான் எக்கனம் அமர

நீ அமர்ந்தால் தான்
நல்ல பாட்டு ஒளிப்பரப்பாகிறது
தொலைக்காட்சியில்

நீ தண்ணீர் விடும்
கணத்தில் தான்
மொட்டிதழ் விரிக்கிறது
பூ
நீ பார்த்தால் தான்
சிரிக்கிறது
இரவும் நிலவும்

நீ முத்தமிட்டால் தான்
வாலை சுற்றி வட்டமிடுவதை
நிறுத்துகிறது
நம் பூனைக்குட்டி

நீ உடன் இருந்தால் தான்
சிலிர்க்கிறது
ஒவ்வொரு கணமும் என் வாழ்வு

என் சட்டையை மட்டும்
போட்டுக்கொண்டு
என்னை சீண்டிக்கொண்டே
இருக்கிறாய்

உன் கூந்தல் கழைந்து
அதில் பூக்களாக
பதிக்கிறாய்
என் பார்வையை

உன் வயிற்றில் இருந்து
உதைக்கும் என் அமுதாவிடம்
அப்பாவை உதைடா செல்லம் என
இப்போதே சொல்லிக்கொடுக்கிறாய்

மருதாணி போல்
உன் மார்பில் என்னை தடவி
வைத்து விடுகிறாய்

உன் மடியில்
படுக்க வைத்து
அழவும் வைத்துவிடுகிறாய்
அடிக்கடி
என்னை நீ...

வேர்த்து
விறுவிறுத்தபடி
அழகு சொட்ட சொட்ட
வெயிலில் கழைத்து
வந்து நின்றாய்

உன் நெற்றியில் இருந்து
ஒவ்வொரு துளியும்
உன் கழுத்தோரம்
இறங்கி கொண்டிருந்தது

ஒரு துளியை மட்டும்
விரலால் தொட்டு
எடுக்க

கண்களால்
முறைத்தாய்
உள்ளங்கையில்
உன்னை ஏந்தி
நடக்க முயல
சறுகுபோல
என் கையிலிருந்து
இறங்கிபோனாய்
மீண்டும் முறைத்துக்கொண்டே

கையில்
துண்டுடன்
குளியலறை வாசலில்
பார்த்துக்கொண்டே
நின்றாய் மீண்டும் நீ

உன் கால்தடங்களின் மேல்
கால்தடங்களே இல்லாமல்
என் முன்னே நடந்து போனது
என் மனது

நள்ளிரவில் நீளும்
உரையாடல்களுக்கு இடையில்
திடிரென மார்பை கிள்ளி முத்தமிட்டு
எந்தன் வெட்கத்தை
எதிர்பார்த்துக்கொண்டிருக்கும்
உன் கண்களில் தான் கண்டேன்
அந்த காதலை

நிர்வாணத்தை தாண்டியும்
எதோ வெளிப்படுத்த
முயற்சித்து கொண்டிருந்தாய்
என்னில்

குழந்தை போல
கட்டியணைத்து
மௌனித்தாய்
பெருமூச்சோடு
கண்ணீரில்
புன்னகைத்தாய்

மடியில்
முகம் புதைத்து
ஏங்கி ஏங்கி
நெற்றியில்
மீண்டும் ஒரு முத்தம்
கேட்பது போல
பார்த்தாய்

அந்த கண்களில் தான்
மீண்டும்
கண்டேன்
அந்த காதலை

எதார்த்தமாகவோ
சந்தேகத்துடனோ
புணர்தலின் நடுவே
ஒரு கேள்வி கேட்டாய்

" என்னை எவ்ளோ
பிடித்திருக்கிறது என்று '
என்னவோ
என்னை விட்டுவிட்டு
என் உடலிடம்
நீ பேசிக் கொண்டிருப்பது போல்
போல இருந்தது

நான் மௌனித்ததிற்கு
அதுவே காரணம்
புணர்வது காதலில்
இல்லையோ

பிடிவாதமாய் எங்கள் இருவருக்கும்
இடையில் வந்து
படுத்து கொள்கிறாள்
அமுதா

அப்புறம்
என்று மிரட்டு
தொணியில்
பார்க்கிறாள்
ஆதிரா

அம்மாவும்
மகளும் செய்யும்
சேட்டைகளை
ரசிப்பதே
வேடிக்கையாகிவிட்டது
எனக்கு

ஆதிராவின் கன்னத்தில்
இருந்து ஒரு முத்தத்தை
எடுத்து என் கன்னத்தில்
பதிக்கிறாள் அமுதா

அவளும்
ஒரு குழந்தைபோல
அமுதாவோடு
உறங்கிவிடுகிறாள்
ஆதிரா

தேவதைகள் போல்
என்னருகில்
உறங்கி கொண்டிருக்கிறார்கள்
இருவரும்

அம்மாவையும்
மகளையும்
வைத்து
ஒரு கவிதை
எழுதி கொண்டிருக்கிறேன்
நான்

கண்ணீரைப்போல்
ஒரு முத்தமிடு
போதும்
அந்த ஈரத்தை கட்டியணைத்துக்கொண்டு
வாழ்ந்துவிடுவேன்
முடியும் தூரம்

மேகமொன்றை
கைகாட்டி வேண்டுமென்று
கேட்டாள்

பறிக்க முடியாது தான்
என்றாலும் அள்ளி
கொடுத்தேன்
கை நிறைய
மொத்தமாய்
கையில் ஏந்தி
கன்னத்தில் வைத்து
ரசித்தாள்
சிலிர்த்தாள்

பதிலுக்கு
அவள் கைகளை
கிள்ளி
என் எண்ணத்தில்
வைத்து பிடிக்கையில்

மேகம் போல்
இருந்தால்
அவள்

தீரவே தீராத
பெருங்காதல்
உன் ஒவ்வொரு
குழந்தைதனத்திலும்
பிறந்து கொண்டே
இருக்கிறது

வலியை
எப்படி வேண்டுமானாலும்
வெளிப்படுத்தலாம்

கோபப்படலாம்
முகப்பாவனைகளில் காட்டலாம்
வார்த்தைகளில் சொல்லலாம்

அழுதுவிடலாம்
அதிகபட்சம் எழுதிவிடலாம்
எனக்கென்னவோ
உன் மடியில் அப்படியே
படுத்துக்கொள்ள தோன்றுகிறது

இக்கணத்தின்
பெரும்போதை
என் பின்னாளிருந்து
உன் விரல்
என் காதோரம்
நீ என்னை தடவி
கொண்டிருப்பதும்

நீ
முத்தமிட்ட
சுகத்தில்
நான் உறங்கிய
பிறகும்
உன் மடியில்
நீ என்னை
உறங்க வைத்து
கொண்டிருப்பதும்
தான்

குட்டிக்கன்னம்
அதைவிட சிறிய முத்தம்
துளியாய் அதன் ஈரம்
நுனி நாவில் உன் நினைவு
கடலாய் காதல்
ஒரு முத்தம்
ஒரு கவிதை

முதல் கவிதை
தூரத்து உன் பார்வையில்
இருந்து எழுதினேன்

இரண்டாவது
கவிதை
நேற்று உன்னை பார்த்த
நினைவுகளில் இருந்து
எழுதினேன்

மூன்றாவது
நீ அமர்ந்திருந்த இடத்தில்
அமர்ந்து எழுதினேன்

நான்காவது
உன் பிரிவில் ஏங்கி ஏங்கி
எழுதினேன்

இந்த கவிதை
என் உயிரின் கடைசி
அழுகை குரலில் இருந்து
எழுதி கொண்டிருக்கிறேன்

ச்சீ
காமத்தை
அப்படி
பார்க்காதே
நீ

உன்னை
பார்த்து
அருவருப்பாய்
முகம் சுளிக்கிறது அது

உன்
தொடுதலில்
உடல்
கூசி நெளிகிறது
அது

உன் ஆணுறுப்பை
நுழைத்தவுடன்
சிலிர்த்துக்கொண்டே
சந்தோசப்பட்டுவிடாது அது

நீ திருப்தியடைந்து
காரி துப்பும்
எச்சில் நீர் அல்ல
உன் சுக்கிலம்

அது
சதையாகியிருக்க
வலிக்க கூடிய
ஒரு மனம்

ஒரு கவிதையை
உள் வைத்து
கொண்டிருக்கும்
ஒரு புத்தகத்தை போல

உன்னை
உள் வைத்துக்
கொண்டிருக்கிறது
உன் சேலை

வாசிக்க வாசிக்க
தன் உலகம் திறக்கும்
ஒரு கவிதை போல

என்னை
உன் மார்பை
பிளந்து கொண்டே
போகிறாய் நீ
உன்னுள் நான் சாய

நீ
நகம் கடித்து
துப்பிக்கொண்டிருப்பதை

எவ்வி எவ்வி
வாயில்
கவ்வி
கொண்டிருக்கிறது
ஒரு பூனைக்குட்டி

ஏதோ
பூக்களை பறித்த
ஒரு குழந்தை போல
வாலை ஆட்டிக்கொண்டிருக்கிறது

எதுவும்
அறியாதவளாய்
நீ வானத்தில் வேடிக்கை
பார்த்து கொண்டிருக்கிறாய்

விழும் நட்சத்திரங்களை

பெரும்பாலும்
புணர்தலுக்கு
அப்புறம் தான்
நிகழ்கிறது

ஒரு நீண்ட உரையாடல்

நம்மை பொறுத்தவரை
கவிதை

உன் மார்பில்
பனிந்து கிடக்கும்
ஒரு வியர்வைத் துளியை
ஒரு பருவை போல்
நான் கிள்ளி எடுப்பதில்
காமம் உறைவதை
நீ உணரக்கூடும்

இன்னும்
சொல்லப்போனால்
நாம் நம் நிர்வாணத்தின் முன்
தினம் அவிழ்க்க நினைக்கும்
ரகசியங்களை அவிழ்க்கும் கணங்களில்

அயர்ந்து
கிடக்கும்
என் ஆண்குறியை
பூவின் மொட்டுகளென்று
நீ இதழை விரிக்க
முற்படுகையில்

காமம்
ஒரு குழந்தையின்
கண்கள் போல்
ஒளிரக்கூடும்

நீயோ
நானோ
அயர்ந்து
தூங்கிவிடும் கனம்

விழித்திருக்கும்
யாரோ ஒருவரின்
கண்களில்
கசிந்துருக கூடும்
காமத்தின்
சந்தோச
கடைசி கண்ணீர் துளி

உன் கன்னத்தை விட
அழகாய் இருக்கிறது
உன் குட்டி தொப்பை

தலை சாய்ப்பதற்கு ஏதுவாய்
முத்தம் பொழிய ஏற்ற மணல் பரப்பாய்

உயிரின் வெப்பத்தை
சிணுங்க சிணுங்க
கிள்ளிவிடும்
குழந்தை விரலாய்

குதுகலமாய்
இருப்பின்
சேலை மடிப்பை
முன் தள்ளி
முனங்களிட்டு
கொண்டு

நீ கட்டிவைத்த
அழகின் எல்லைகளை
உடைத்து கொண்டு
முத்தமிட
குழந்தை போல்
கரங்களை
நீட்டி புன்னகைக்கிறது
அது
உன் குட்டி தொப்பை
தேன்மிட்டாயாய்

எவ்வளவு தடுத்தாலும்
வந்தமர்ந்து விடுகின்றன
வண்ணத்து பூச்சிகள்
உன் விரல்களில்

உன் விரல் முத்தத்தில்
வண்ணங்களாகி
அத்தனையும்
திடீரென
மறைந்துவிடுகின்றன
வானத்தில்

உன் விரல்
காணக்கிடைக்காத
ஒரு நாளில் பூக்களிடம்
அமர்ந்து கதைக்கின்றன
உன்னைப்பற்றி

உன் விரல்களை பற்றி

இப்போது உன் நினைப்பில்
நெளிந்து நெளிந்து
தன் இலைகளை அசைத்து
உன் விரல் தொட
பறக்க முயல்கின்றன பூக்கள்

என்றாவது ஒரு நாள்
இலைகள் சிறகுகளானால்

இனி
உன் விரல்களில்
பூக்கள் பூக்கக் கூடும்

கருப்படைந்த
உலர்திராட்சை
பழமாய்
உன் யோனி

அடைமழை
அடித்து
பெய்தடங்க காத்திருக்கும்
மழை மேகங்களாய்
உன் கருமை விழி

பாறைகல்லை
சில்லென
வருடிவிடும்
சிறகாய்
உன் நகப்பற்கள்

இன்னொரு
உதட்டாய்
உன் சிறு முலை

மாதவிடாய்
குருதியாய் என்னில்
இருந்து வழிகிறது
உன்னை பற்றிய நினைவுகள்

துளியாய்
துகலாய்
கரைகிறது
என் காமம்

உள் நிறைகிறது
உன் காதல்

இருண்டதும்
சட சடவென
விழுந்து தெறிக்கிறது
பிரபஞ்சம்

என் மடியில்
நிலா
நட்சத்திரம்
சூரியன்
வெகுதூரத்தில் இருந்து
இன்னொரு பிரபஞ்சம்

இப்போது
இறுதியாய்
வந்து விழுகிறாய்
நீ

இப்போது
இருப்பதும்
நாம் இருவர்
மட்டும்

கண் இமைக்கும்
நேரத்தில்
உன் முத்தத்தில் இருந்து
பிறந்து தவழ்கிறது

இன்னொரு
பிரபஞ்சம்

உன் உள்ளங்கையில்
நிரப்பிவிடுகிறாய்
கடலை
நிலத்தை
காற்றை
வானத்தை
எல்லாவற்றையும்
ஒரு அழகிய உணர்வாய்

சூரியனை கூட நீ

நான் அழுதுவிடும்
பொழுதெல்லாம்
அழுதுவிட
ஏங்கும் பொழுதில் கூட

அணைக்கும்
நெருக்கத்தின்
அருகிலேயே
இருக்கிறாய் நீ
ஆறுதலாய்

துளியாகி
கொண்டிருந்தது
வானம்

ஒரு சூடான காபி
கேட்டு எழுப்பினாய்
என்னை நீ

ஆனாலும் உனக்கு
திமிர் தான்
உன் கைகளில் இரண்டு காபி வைத்துக்கொண்டே

குளிரில் உருகி
போர்வையை விரல் தேட
உன் விரல்களால் நிகழ்த்தினாய்
ஒரு உயிர் சூட்டை என்னுள்

அதே கணம் உன் அம்மணம்
பனித்துளியாகி கொண்டிருந்தது
என்னுள்

கடலாய் விரிந்தது
உன் கருப்பு உதடு
சாத்தானாய் ஆனது உன் காதல்
காணா ஒளியாய்
என்னுள் இருண்டாய் நீ

எல்லா முத்தங்களும்
ஒரு அன்புக்குரியவைகள்
ஒரு பெருங்காதலுக்குரியவைகள்
புணர்வை தாண்டியதொரு
பெருங்காமத்தின் அழகான
தொடுதலுக்குரியவைகள்

முந்தங்களின் பேரன்புடன்
கவிஞன் மொழி

உங்கள் படைப்புகளை புத்தகங்களாக
வெளியிட வேண்டுமா ?

தொடர்பு கொள்ளவும்
ஏலே பதிப்பகம்
Ph- 9944992571
Email- Aelaypublish@gmail.com
www.aelaypublish.com

10 % Offer Code – Kamu12

www.ingramcontent.com/pod-product-compliance
Lightning Source LLC
LaVergne TN
LVHW051546170726
843492LV00006B/1975